How to Develop a Winning Business Strategy

విజయవంతమైన వ్యాపార వ్యూహాన్ని ఎలా అభివృద్ధి చేయాలి

Shobha

Copyright © [2023]
Author: Shobha
Title: How to Develop a Winning Business Strategy

All rights reserved. No part of this book may be reproduced or transmitted in any form or by any means, electronic or mechanical, including photocopying, recording, or by any information storage and retrieval system, without permission in writing from the author.

This book is a product of [Publisher's Shobha]

ISBN:

Table Of Contents

Chapter 1: Introduction to Business Strategy   05

- What is business strategy?
- Why is business strategy important?
- The different types of business strategies
- The benefits of having a winning business strategy

Chapter 2: Understanding Your Business Environment   15

- Conducting a market analysis
- Identifying your target market
- Assessing your competitors
- Understanding your strengths and weaknesses

Chapter 3: Developing Your Business Strategy   23

- Setting your business goals and objectives
- Choosing the right business strategy for your business
- Creating a business model
- Developing a marketing plan

Chapter 4: Implementing and Executing Your Business Strategy
29

- Putting your business strategy into action
- Monitoring and evaluating your results
- Making necessary adjustments to your strategy

Chapter 5: Sustaining Your Competitive Advantage   **37**

- Building a strong brand
- Maintaining a high level of customer satisfaction
- Continuously innovating and improving your products or services

Chapter 1: Introduction to Business Strategy

విజయవంతమైన వ్యాపార వ్యూహాన్ని అభివృద్ధి చేయడం ఎలా

పరిచయం

వ్యాపార వ్యూహం అనేది మీ వ్యాపారాన్ని ఎక్కడికి తీసుకెళ్లాలని మీరు కోరుకుంటున్నారో మరియు అక్కడికి చేరుకోవడానికి మీరు ఎలాంటి చర్యలు తీసుకుంటారో అనే దానికి ఒక రోడ్‌మ్యాప్. ఇది మీ వ్యాపార లక్ష్యాలు, మీరు లక్ష్యంగా చేసుకున్న మార్కెట్, మీరు ఎదుర్కొంటున్న సవాళ్లు మరియు అవకాశాలను పరిగణనలోకి తీసుకుంటుంది.

విజయవంతమైన వ్యాపార వ్యూహం మీ వ్యాపారానికి దిశానిర్దేశాన్ని అందిస్తుంది మరియు మీరు తీసుకునే నిర్ణయాలను సమాచారం చేస్తుంది. ఇది మీ వ్యాపారాన్ని పోటీ నుండి వేరు చేస్తుంది మరియు మీ దృష్టిని సాధించడంలో మీకు సహాయపడుతుంది.

వ్యాపార వ్యూహాన్ని అభివృద్ధి చేయడానికి దశలు

మీ వ్యాపారానికి విజయవంతమైన వ్యూహాన్ని అభివృద్ధి చేయడానికి, మీరు ఈ క్రింది దశలను అనుసరించవచ్చు:

1. మీ వ్యాపార దృష్టిని నిర్వచించండి. మీ వ్యాపారాన్ని ఎక్కడికి తీసుకెళ్లాలని మీరు కోరుకుంటున్నారో మరియు మీరు ఏమి సాధించాలనుకుంటున్నారో స్పష్టంగా తెలుసుకోండి. మీ దృష్టి మీ వ్యాపారానికి దిశానిర్దేశాన్ని

అందిస్తుంది మరియు మీరు తీసుకునే నిర్ణయాలను సమాచారం చేస్తుంది.

2. మీ వ్యాపార లక్ష్యాలను సెట్ చేయండి. మీ దృష్టిని సాధించడానికి మీరు తీసుకోవలసిన నిర్దిష్ట దశలను గుర్తించండి. మీ లక్ష్యాలు SMART (Specific, Measurable, Achievable, Relevant, and Time-bound) అని నిర్ధారించుకోండి.

3. మీ మార్కెట్‌ను అర్థం చేసుకోండి. మీరు ఎవరిని లక్ష్యంగా చేసుకుంటున్నారు మరియు మీ పోటీ ఎవరో అర్థం చేసుకోండి. మీ మార్కెట్‌లోని అవకాశాలు మరియు సవాళ్లను కూడా గుర్తించండి.

4. మీ వ్యాపార శక్తులు మరియు బలహీనతలను అంచనా వేయండి. మీ వ్యాపారంలో బాగా ఏమిటి మరియు మీరు ఎక్కడ మెరుగుదల సాధించాలి అనే దానిపై అవగాహన పొందండి. మీ బలాలను ఉపయోగించుకోవడానికి మరియు మీ బలహీనతలను తగ్గించుకోవడానికి వ్యూహాలు అభివృద్ధి చేయండి.

5. మీ వ్యాపార వ్యూహాన్ని రూపొందించండి. మీ వ్యాపార దృష్టి, లక్ష్యాలు, మార్కెట్ అవగాహన మరియు శక్తులు మరియు బలహీనతల ఆధారంగా మీ వ్యాపార వ్యూహాన్ని రూపొందించండి. మీ వ్యూహం మీరు ఎక్కడికి తీసుకెళ్లాలని కోరుకుంటున్నారో, మీరు ఎలా అక్కడికి చేరుకోవాలనుకుంటున్నారో మరియు మీరు తీసుకునే నిర్ణయాలను సమాచారం చేస్తుంది.

వ్యాపార వ్యూహం అంటే ఏమిటి?

వ్యాపార వ్యూహం అనేది ఒక వ్యాపారం తన లక్ష్యాలను సాధించడానికి మరియు తన పోటీదారులపై అధిపత్యం సాధించడానికి అనుసరించే మార్గం. ఇది వ్యాపారం యొక్క దృష్టి, విలువలు, లక్ష్యాలు మరియు వ్యూహాలను నిర్వచించే ఒక సమగ్ర పత్రం.

వ్యాపార వ్యూహం అనేది కేవల ఒక పత్రం మాత్రమే కాదు, ఇది ఒక వ్యాపారం యొక్క అన్ని నిర్ణయాలు మరియు చర్యలను మార్గనిర్దేశం చేసే ఒక జీవన పత్రం. ఇది వ్యాపారం యొక్క సమర్థతను మరియు ప్రభావవత్తాన్ని పెంచడంలో సహాయపడుతుంది మరియు దాని దీర్ఘకాలిక విజయాన్ని నిర్ధారిస్తుంది.

వ్యాపార వ్యూహాన్ని అభివృద్ధి చేసేటప్పుడు, పరిగణించవలసిన అనేక ముఖ్యమైన అంశాలు ఉన్నాయి. వాటిలో కొన్ని:

- వ్యాపారం యొక్క దృష్టి మరియు విలువలు: వ్యాపారం ఏమి సాధించాలనుకుంటుంది మరియు అది ఎలాంటి విలువలను సూచిస్తుంది?
- వ్యాపారం యొక్క లక్ష్యాలు: వ్యాపారం తన దృష్టి మరియు విలువలను సాధించడానికి ఏమి సాధించాలి?
- వ్యాపారం యొక్క వ్యూహాలు: వ్యాపారం తన లక్ష్యాలను సాధించడానికి ఏ చర్యలు తీసుకుంటుంది?
- వ్యాపారం యొక్క పోటీ వాతావరణం: వ్యాపారం ఎలాంటి పోటీని ఎదుర్కొంటుంది మరియు దాని పోటీదారులపై అధిపత్యం సాధించడానికి ఏమి చేయవచ్చు?

- వ్యాపారం యొక్క బలాలు, బలహీనతలు, అవకాశాలు మరియు బెదిరింపులు (SWOT విశ్లేషణ): వ్యాపారం యొక్క బలాలు, బలహీనతలు, అవకాశాలు మరియు బెదిరింపులను అర్థం చేసుకోవడం ద్వారా, వ్యాపారం తన వ్యూహాలను తదనుగుణంగా అభివృద్ధి చేయవచ్చు.

వ్యాపార వ్యూహాన్ని అభివృద్ధి చేసిన తర్వాత, అది అమలు చేయబడాలి మరియు నిరంతరం పర్యవేక్షించబడాలి మరియు మార్చబడాలి. వ్యాపార వాతావరణం ఎల్లప్పుడూ మారుతూ ఉంటుంది, కాబట్టి వ్యాపారాలు తమ వ్యూహాలను తదనుగుణంగా నవీకరించాలి.

వ్యాపార వ్యూహం ఏదైనా వ్యాపారానికి అవసరం, అది చిన్నదా పెద్దదా. వ్యాపార వ్యూహం లేకుండా, వ్యాపారాలు తమ లక్ష్యాలను సాధించడానికి మరియు తమ పోటీదారులపై అధిపత్యం సాధించడానికి కష్టపడతాయి.

వ్యాపార వ్యూహం ఎందుకు ముఖ్యం?

వ్యాపార వ్యూహం అనేది మీ వ్యాపారం యొక్క లక్ష్యాలు మరియు లక్ష్యాలను సాధించడానికి మీరు తీసుకునే మార్గం యొక్క ప్రణాళిక. ఇది మీ వ్యాపారం యొక్క దృష్టి, విలువలు, లక్ష్యాలు, మరియు వాటిని సాధించడానికి మీరు ఉపయోగించే వ్యూహాలు మరియు కార్యకలాపాలను వివరిస్తుంది.

వ్యాపార వ్యూహం ముఖ్యం ఎందుకంటే:

- ఇది మీ వ్యాపారానికి దిశానిర్దేశాన్ని అందిస్తుంది. వ్యూహం లేకుండా, మీరు ఎక్కడికి వెళ్తున్నారో తెలియకుండా అన్ని దిశల్లో లాగండి.

- ఇది మీరు మీ లక్ష్యాలను ఎలా సాధిస్తారో చూపిస్తుంది. మీ వ్యూహం మీ వ్యాపారం యొక్క బలహీనతలు మరియు అవకాశాలను అంచనా వేయాలి మరియు మీరు ఎలా పోటీలో అగ్రస్థానంలో ఉండగలరో చూపించాలి.

- ఇది మీ వ్యాపార నిర్ణయాలు తీసుకోవడానికి మీకు సహాయపడుతుంది. వ్యూహం మీకు ఒక సూత్రప్రాయ నిర్ణయం తీసుకునేందుకు సహాయపడే ఒక పరిచయం అందిస్తుంది.

- ఇది మీ వ్యాపారం యొక్క పెరుగుదలకు మరియు విజయానికి మార్గదర్శిగా ఉంటుంది. వ్యూహం మీ వ్యాపారం యొక్క పెరుగుదలకు మరియు విజయానికి అవసరమైన దశలను వివరిస్తుంది.

వ్యాపార వ్యూహం యొక్క ప్రయోజనాలు:

- పెరిగిన అమ్మకాలు మరియు లాభాలు: వ్యూహం మీకు మీ లక్ష్య మార్కెట్‌ను బాగా అర్థం చేసుకోవడంలో మరియు వారి అవసరాలను మరియు కోరికలను తీర్చే ఉత్పత్తులు మరియు సేవలను అందించడంలో సహాయపడుతుంది. ఇది మీ పోటీలను అధిగమించడానికి మరియు మీ మార్కెట్‌లో అగ్రస్థానంలో ఉండటానికి మీకు సహాయపడుతుంది.

- మెరుగైన నిర్ణయం తీసుకోవడం: వ్యూహం మీకు మీ వ్యాపార నిర్ణయాలు తీసుకోవడానికి ఒక సూత్రప్రాయ నిర్ణయం తీసుకునేందుకు సహాయపడుతుంది. ఇది మీరు మీ వ్యాపారం యొక్క బలహీనతలు మరియు అవకాశాలను అర్థం చేసుకోవడానికి మరియు మీరు మీ లక్ష్యాలను ఎలా సాధించగలరో చూపించడానికి సహాయపడుతుంది.

- మెరుగైన ఉద్యోగులు మరియు సరఫరాదారులు: వ్యూహం మీరు మీ వ్యాపారం యొక్క లక్ష్యాలు మరియు విలువలకు అనుగుణంగా ఉన్న ఉద్యోగులు మరియు సరఫరాదారులను ఎంచుకోవడానికి సహాయపడుతుంది. ఇది మీ వ్యాపారం యొక్క ప్రతి అంశం సమలీకృతంగా ఉండేలా నిర్ధారించడంలో సహాయపడుతుంది.

వ్యాపార వ్యూహాల యొక్క వివిధ రకాలు:

వ్యాపార వ్యూహాలు వివిధ రకాలుగా వర్గీకరించబడతాయి, అయితే కొన్ని అత్యంత సాధారణ రకాలు ఇక్కడ ఉన్నాయి:

- సంస్థాగత వ్యూహం: సంస్థాగత వ్యూహం అనేది మీ వ్యాపారం యొక్క దృష్టి, విలువలు, మరియు లక్ష్యాలను నిర్వచించే ఒక ప్రణాళిక. ఇది మీ వ్యాపారం యొక్క సాధారణ దిశానిర్దేశాన్ని అందిస్తుంది మరియు మీరు ఎలా పోటీలో అగ్రస్థానంలో ఉండగలరో చూపిస్తుంది.
- పోటీ వ్యూహం: పోటీ వ్యూహం అనేది మీ పోటీలను అధిగమించడానికి మరియు మీ మార్కెట్లో అగ్రస్థానంలో ఉండటానికి మీరు ఉపయోగించే వ్యూహాలు మరియు కార్యకలాపాలను వివరించే ఒక ప్రణాళిక. ఇది మీ వ్యాపారం యొక్క బలహీనతలు మరియు అవకాశాలను అంచనా వేయాలి మరియు మీరు మీ పోటీదారుల నుండి ఎలా భిన్నంగా ఉండగలరో చూపించాలి.
- మార్కెటింగ్ వ్యూహం: మార్కెటింగ్ వ్యూహం అనేది మీ లక్ష్య మార్కెట్ను చేరుకోవడానికి మరియు వారిని మీ ఉత్పత్తులు మరియు సేవలను కొనుగోలు చేయడానికి ఒప్పించడానికి మీరు ఉపయోగించే వ్యూహాలు మరియు కార్యకలాపాలను వివరించే ఒక ప్రణాళిక. ఇది మీ లక్ష్య మార్కెట్ యొక్క అవసరాలు మరియు కోరికలను అర్థం చేసుకోవడం మరియు వారికి విలువను అందించే ఉత్పత్తులు మరియు సేవలను అభివృద్ధి చేయడంపై దృష్టి పెడుతుంది.
- అమ్మకాల వ్యూహం: అమ్మకాల వ్యూహం అనేది మీ ఉత్పత్తులు మరియు సేవలను విక్రయించడానికి మరియు మీ అమ్మకాలను పెంచుకోవడానికి మీరు ఉపయోగించే వ్యూహాలు మరియు కార్యకలాపాలను

వివరించే ఒక ప్రణాళిక. ఇది మీ అమ్మకాల ప్రక్రియను విశ్లేషించడం మరియు మెరుగుపరచడం, మరియు మీ అమ్మకపు బృందానికి శిక్షణ ఇవ్వడం మరియు మద్దతు ఇవ్వడంపై దృష్టి పెడుతుంది.

- ఉత్పత్తి వ్యూహం: ఉత్పత్తి వ్యూహం అనేది మీ ఉత్పత్తులు మరియు సేవలను అభివృద్ధి చేయడం, ఉత్పత్తి చేయడం, మరియు పంపిణీ చేయడానికి మీరు ఉపయోగించే వ్యూహాలు మరియు కార్యకలాపాలను వివరించే ఒక ప్రణాళిక. ఇది మీ ఉత్పత్తులు మరియు సేవల యొక్క నాణ్యత మరియు సమర్థతను మెరుగుపరచడంపై దృష్టి పెడుతుంది, మరియు మీ ఉత్పత్తి వ్యయాన్ని తగ్గించడం మరియు మీ ఉత్పత్తులను మార్కెట్‌కి త్వరగా తీసుకురావడం.

వ్యాపార వ్యూహం యొక్క ప్రయోజనాలు:

వ్యాపార వ్యూహం అనేది మీ వ్యాపారం యొక్క లక్ష్యాలు మరియు లక్ష్యాలను సాధించడానికి మీరు తీసుకునే మార్గం యొక్క ప్రణాళిక. ఇది మీ వ్యాపారం యొక్క దృష్టి, విలువలు, లక్ష్యాలు, మరియు వాటిని సాధించడానికి మీరు ఉపయోగించే వ్యూహాలు మరియు కార్యకలాపాలను వివరిస్తుంది.

వ్యాపార వ్యూహం ముఖ్యం ఎందుకంటే ఇది మీ వ్యాపారానికి దిశానిర్దేశాన్ని అందిస్తుంది, మీ లక్ష్యాలను ఎలా సాధిస్తారో మీకు చూపిస్తుంది, మీ వ్యాపార నిర్ణయాలు తీసుకోవడానికి మీకు సహాయపడుతుంది, మరియు మీ వ్యాపారం యొక్క పెరుగుదలకు మరియు విజయానికి మార్గదర్శిగా ఉంటుంది.

వ్యాపార వ్యూహం యొక్క ప్రయోజనాలు ఇక్కడ ఉన్నాయి:

- పెరిగిన అమ్మకాలు మరియు లాభాలు: వ్యూహం మీకు మీ లక్ష్య మార్కెట్‌ను బాగా అర్థం చేసుకోవడంలో మరియు వారి అవసరాలను మరియు కోరికలను తీర్చే ఉత్పత్తులు మరియు సేవలను అందించడంలో సహాయపడుతుంది. ఇది మీ పోటీలను అధిగమించడానికి మరియు మీ మార్కెట్‌లో అగ్రస్థానంలో ఉండటానికి మీకు సహాయపడుతుంది.

- మెరుగైన నిర్ణయం తీసుకోవడం: వ్యూహం మీకు మీ వ్యాపార నిర్ణయాలు తీసుకోవడానికి ఒక సూత్రప్రాయ నిర్ణయం తీసుకునేందుకు సహాయపడుతుంది. ఇది మీరు మీ వ్యాపారం యొక్క బలహీనతలు మరియు అవకాశాలను అర్థం చేసుకోవడానికి మరియు మీరు మీ లక్ష్యాలను ఎలా సాధించగలరో చూపించడానికి సహాయపడుతుంది.

- మెరుగైన ఉద్యోగులు మరియు సరఫరాదారులు: వ్యూహం మీరు మీ వ్యాపారం యొక్క లక్ష్యాలు మరియు విలువలకు అనుగుణంగా ఉన్న ఉద్యోగులు మరియు సరఫరాదారులను ఎంచుకోవడానికి సహాయపడుతుంది. ఇది మీ వ్యాపారం యొక్క ప్రతి అంశం సమలీకృతంగా ఉండేలా నిర్ధారించడంలో సహాయపడుతుంది.

- పెరిగిన పనితీరు: వ్యూహం మీరు మీ వ్యాపారం యొక్క పనితీరును మెరుగుపరచడానికి కొలమానాలు మరియు లక్ష్యాలను సెట్ చేయడానికి సహాయపడుతుంది. ఇది మీరు మీ వ్యాపారం యొక్క పనితీరును క్రమం తప్పకుండా ట్రాక్ చేయడానికి మరియు మీరు మీ లక్ష్యాలను సాధిస్తున్నారో లేదో అంచనా వేయడానికి సహాయపడుతుంది.

Chapter 2: Understanding Your Business Environment

Chapter 2: మీ వ్యాపార పరిసరాలను అర్థం చేసుకోవడం

మార్కెట్ విశ్లేషణ చేయడం

మీ వ్యాపార పరిసరాలు అనేది మీ వ్యాపారంపై ప్రభావం చూపే అన్ని బాహ్య కారకాలను సూచిస్తుంది. ఇందులో ఆర్థిక, సాంకేతిక, చట్టబద్ధ, సామాజిక, మరియు రాజకీయ కారకాలు ఉన్నాయి.

మీ వ్యాపార పరిసరాలను అర్థం చేసుకోవడం చాలా ముఖ్యం, ఎందుకంటే ఇది మీ వ్యాపారం యొక్క బలహీనతలు మరియు అవకాశాలను గుర్తించడానికి, మీ పోటీదారులను అధిగమించడానికి వ్యూహాలను అభివృద్ధి చేయడానికి, మరియు మీ వ్యాపారం యొక్క భవిష్యత్తును ప్రణాళిక చేయడానికి మీకు సహాయపడుతుంది.

మీ వ్యాపార పరిసరాల వివిధ అంశాలు:

- ఆర్థిక కారకాలు: ఆర్థిక కారకాలు మీ వ్యాపారం యొక్క ఆర్థిక పనితీరుపై ప్రభావం చూపే అన్ని కారకాలను సూచిస్తాయి. ఇందులో ఆర్థిక వృద్ధి రేటు, వడ్డీ రేట్లు, నిరుద్యోగిత రేటు, మరియు వినియోగ ధరల సూచిక (CPI) ఉన్నాయి.

- సాంకేతిక కారకాలు: సాంకేతిక కారకాలు మీ వ్యాపారం యొక్క ఉత్పత్తులు మరియు సేవలను అభివృద్ధి

చేయడం, ఉత్పత్తి చేయడం, మరియు పంపిణీ చేయడానికి మీ ఉపయోగించే సాంకేతికతలను సూచిస్తాయి. ఇందులో కొత్త ఆవిష్కరణలు, ఉత్పత్తి ప్రక్రియల మెరుగుదలలు, మరియు సమాచార సాంకేతిక పరిజ్ఞానం (IT) ఉన్నాయి.

- చట్టబద్ధ కారకాలు: చట్టబద్ధ కారకాలు మీ వ్యాపారంపై ప్రభావం చూపే అన్ని చట్టాలు మరియు నిబంధనలను సూచిస్తాయి. ఇందులో పని, పర్యావరణం, మరియు పన్ను చట్టాలు ఉన్నాయి.

- సామాజిక కారకాలు: సామాజిక కారకాలు మీ వ్యాపారం యొక్క లక్ష్య మార్కెట్ యొక్క ప్రవర్తన మరియు విలువలను ప్రభావితం చేసే అన్ని కారకాలను సూచిస్తాయి. ఇందులో జనాభా మార్పులు, జీవనశైలి మార్పులు, మరియు సాంస్కృతిక మార్పులు ఉన్నాయి.

- రాజకీయ కారకాలు: రాజకీయ కారకాలు మీ వ్యాపారంపై ప్రభావం చూపే అన్ని ప్రభుత్వ చర్యలు మరియు విధానాలను సూచిస్తాయి. ఇందులో ఆర్థిక విధానాలు, పారిశ్రామిక విధానాలు, మరియు వాణిజ్య విధానాలు ఉన్నాయి.

లక్ష్య మార్కెట్ ను గుర్తించడం

లక్ష్య మార్కెట్ ను గుర్తించడం అంటే మీ ఉత్పత్తులు లేదా సేవలకు అత్యంత అవసరమైన మరియు లాభదాయకమైన కస్టమర్లను గుర్తించడం మరియు అర్థం చేసుకోవడం. ఇది మార్కెటింగ్ ప్రక్రియలో ఒక ముఖ్యమైన దశ, ఎందుకంటే ఇది మీరు మీ మార్కెటింగ్ ప్రయత్నాలను ఎక్కడ కేంద్రీకృతం చేయాలో మరియు మీ సందేశాన్ని ఎలా రూపొందించాలో నిర్ణయించడంలో మీకు సహాయపడుతుంది.

మీ లక్ష్య మార్కెట్‌ను గుర్తించడానికి, మీరు మీ కస్టమర్ల గురించి వీలైతే ఎక్కువ తెలుసుకోవాలి. వారి అవసరాలు, కోరికలు, నొప్పి పాయింట్లు మరియు సాధారణ ప్రవర్తన ఏమిటి? వారు ఎక్కడ నివసిస్తున్నారు? వారి వయస్సు ఎంత? వారి ఆదాయం ఎంత? వారి విద్యార్హతలు ఏమిటి? వారి వృత్తి ఏమిటి? వారి ఆసక్తులు ఏమిటి?

మీ కస్టమర్ల గురించి మీరు ఎంత ఎక్కువ తెలుసుకుంటే, అంత మెరుగ్గా వారి అవసరాలను తీర్చే మరియు వారిని ఆకట్టుకునే ఉత్పత్తులు లేదా సేవలను మీరు అభివృద్ధి చేయగలరు.

మీ లక్ష్య మార్కెట్‌ను గుర్తించడానికి మీరు ఉపయోగించగల వివిధ పద్ధతులు ఉన్నాయి. కొన్ని సాధారణ పద్ధతులలో ఇవి ఉన్నాయి:

- మార్కెట్ పరిశోధన: మీరు మీ లక్ష్య మార్కెట్ గురించి తెలుసుకోవడానికి మార్కెట్ పరిశోధనను నిర్వహించవచ్చు. ఇందులో సర్వేలు, ఇంటర్వ్యూలు మరియు ఫోకస్ గ్రూపులు వంటి పద్ధతులు ఉండవచ్చు.

- వెబ్ విశ్లేషణ: మీరు మీ వెబ్‌సైట్‌ను సందర్శించే వ్యక్తుల గురించి సమాచారాన్ని సేకరించడానికి వెబ్ విశ్లేషణ సాధనాలను ఉపయోగించవచ్చు. ఈ సమాచారంలో వారి వయస్సు, లింగం, స్థానం, పేజీ వీక్షణలు మరియు ఇతర కార్యాచరణలు ఉండవచ్చు.

- సోషల్ మీడియా విశ్లేషణ: మీరు మీ లక్ష్య మార్కెట్ గురించి సమాచారాన్ని సేకరించడానికి సోషల్ మీడియా విశ్లేషణ సాధనాలను ఉపయోగించవచ్చు. ఈ సమాచారంలో వారి ఆసక్తులు, హాబీలు మరియు ఇతర సామాజిక ప్రవర్తనలు ఉండవచ్చు.

- కస్టమర్ ఫీడ్‌బ్యాక్: మీరు మీ కస్టమర్ల నుండి ఫీడ్‌బ్యాక్ సేకరించవచ్చు. ఇందులో సర్వేలు, ఇంటర్వ్యూలు మరియు కస్టమర్ సమీక్షలు వంటి పద్ధతులు ఉండవచ్చు.

మీ పోటీదారులను అంచనా వేయడం

మీ పోటీదారులు ఎవరు? వారు ఏం చేస్తున్నారు? వారు మీ కంటే ఎందుకు మెరుగైనవారు? వారు ఎక్కడ మెరుగుపరచుకోవచ్చు? ఈ ప్రశ్నలకు సమాధానాలు తెలిస్తే, మీ పోటీలో ముందుండటానికి అవసరమైన వ్యూహాలను రూపొందించడంలో మీకు సహాయపడుతుంది.

మీ పోటీదారులను అంచనా వేయడానికి, ఈ క్రింది దశలను అనుసరించండి:

1. మీ పోటీదారులను గుర్తించండి. మీ పోటీదారులు ఎవరో తెలుసుకోవడానికి, మీ లక్ష్య వినియోగదారులు ఎవరు మరియు వారికి ఏమి కావాలో అర్థం చేసుకోవడం ముఖ్యం. మీరు మీ లక్ష్య వినియోగదారులకు ఏ సేవలు లేదా ఉత్పత్తులను అందిస్తున్నారో, అదే సేవలు లేదా ఉత్పత్తులను అందించే ఇతర వ్యాపారాలను జాబితా చేయండి.

2. వారి వ్యాపారాలను విశ్లేషించండి. మీ పోటీదారులు ఏమి చేస్తున్నారో, వారు ఎలా చేస్తున్నారో అర్థం చేసుకోవడానికి వారి వెబ్‌సైట్లు, సోషల్ మీడియా ఖాతాలు మరియు ఇతర మార్కెటింగ్ మెటీరియల్‌లను సమీక్షించండి. వారి ఉత్పత్తులు లేదా సేవలు ఎలా ఉన్నాయి? వారి ధరలు ఎంత? వారి కస్టమర్ సర్వీస్ ఎలా ఉంది?

3. వారి బలాలను మరియు బలహీనతలను గుర్తించండి. మీ పోటీదారుల బలాలను మరియు బలహీనతలను గుర్తించడానికి మీరు సేకరించిన సమాచారాన్ని

ఉపయోగించండి. వారు ఎక్కడ బాగా చేస్తున్నారో? వారు ఎక్కడ మెరుగుపరచుకోవచ్చు?

4. మీతో వారిని ఎలా పోల్చుకోవచ్చో అర్థం చేసుకోండి. మీ పోటీదారులతో మీ బలాలను మరియు బలహీనతలను పోల్చండి. మీ పోటీదారుల కంటే మీకు ఏమి ఉన్నాయి? మీరు ఎక్కడ మెరుగుపరచుకోవచ్చు?

మీ పోటీదారులను అంచనా వేయడం అనేది ఒక కొనసాగుతున్న ప్రక్రియ. మీ పోటీదారులు తమ వ్యాపారాలను ఎలా మార్చుకుంటున్నారో తెలుసుకోవడానికి మరియు మీ స్వంత వ్యాపారాన్ని మెరుగుపరచుకోవడానికి అవకాశాలను గుర్తించడానికి మీరు క్రమంగా వారిని పరిశీలించాలి.

బలాలను మరియు బలహీనతలను అర్థం చేసుకోవడం

బలాలను మరియు బలహీనతలను అర్థం చేసుకోవడం అనేది వ్యక్తిగత అభివృద్ధికి తోడ్పడే ముఖ్యమైన పరికరం. మన బలాలను తెలుసుకోవడం వల్ల మన అవకాశాలను గరిష్టంగా పెంచుకోవచ్చు మరియు మన బలహీనతలను తెలుసుకోవడం వల్ల వాటిని పరిష్కరించడానికి మరియు అభివృద్ధి చెందడానికి మార్గాలను కనుగొనవచ్చు.

బలాలను మరియు బలహీనతలను అర్థం చేసుకోవడానికి అనేక మార్గాలు ఉన్నాయి. ఒక మార్గం స్వీయ-అంచనా. మన బలాలను మరియు బలహీనతలను మనం అంచనా వేయడానికి ప్రయత్నించాలి. మన బలాల గురించి ఆలోచించండి - మనం ఏమి బాగా చేస్తాం? మేము ఏమి ఆనందిస్తాము? మన బలహీనతల గురించి కూడా ఆలోచించండి - మనం ఏమి బాగా చేయము? మనకు ఏమి ఇబ్బంది కలిగిస్తుంది?

మన బలాలను మరియు బలహీనతలను అర్థం చేసుకోవడానికి మరొక మార్గం ఫీడ్‌బ్యాక్ పొందడం. మన బలాలను మరియు బలహీనతలను గురించి మనకు ఏమనుకుంటున్నారో మన స్నేహితులు, కుటుంబ సభ్యులు మరియు సహోద్యోగులను అడగవచ్చు. మేము మా బలాలను మరియు బలహీనతలను మరింత స్పష్టంగా అర్థం చేసుకోవడానికి ఇది సహాయపడుతుంది.

మన బలాలను మరియు బలహీనతలను అర్థం చేసుకోవడం ఎందుకు ముఖ్యం? మన బలాలను తెలుసుకోవడం వల్ల మన అవకాశాలను గరిష్టంగా పెంచుకోవచ్చు. మన బలాలను ఉపయోగించి మనం మా లక్ష్యాలను సాధించడంలో మరియు

విజయం సాధించడంలో మరింత సమర్ధవంతంగా ఉంటాము. మన బలహీనతలను తెలుసుకోవడం వల్ల వాటిని పరిష్కరించడానికి మరియు అభివృద్ధి చెందడానికి మార్గాలను కనుగొనవచ్చు. మన బలహీనతలను పరిష్కరించడం ద్వారా మనం మరింత సమర్ధవంతంగా పనిచేయగలము మరియు మన లక్ష్యాలను సాధించగలము.

బలాలను మరియు బలహీనతలను అర్ధం చేసుకోవడం అనేది ఒక జీవితాంతం ప్రక్రియ. మనం జీవితాంతం నేర్చుకుంటూ మరియు అభివృద్ధి చెందుతున్నందున, మన బలాలను మరియు బలహీనతలు కూడా మారుతూ ఉంటాయి. మన బలాలను మరియు బలహీనతలను క్రమం తప్పకుండా సమీక్షించడం మరియు మన లక్ష్యాలను సాధించడానికి మన బలాలను ఎలా ఉపయోగించవచ్చో మరియు మన బలహీనతలను ఎలా పరిష్కరించవచ్చో ఆలోచించడం ముఖ్యం.

Chapter 3: Developing Your Business Strategy

Chapter 3: మీ వ్యాపార వ్యూహాన్ని అభివృద్ధి చేయడం

మీ వ్యాపార లక్ష్యాలు మరియు ఉద్దేశ్యాలను ఏర్పరచుకోవడం

మీ వ్యాపారాన్ని వృద్ధి చేయాలనుకుంటున్నారా? మీ లాభాలను పెంచుకోవాలనుకుంటున్నారా? మీ మార్కెట్ వాటాను పెంచుకోవాలనుకుంటున్నారా? మీ ఉద్యోగుల సంఖ్యను పెంచుకోవాలనుకుంటున్నారా? మీకు ఉన్న వ్యాపారంతో ఏమి సాధించాలనుకుంటున్నారో మీకు తెలియకపోతే, మీరు సరైన దిశలో ప్రయాణించలేరు. అందుకే మీ వ్యాపార లక్ష్యాలు మరియు ఉద్దేశ్యాలను ఏర్పరచుకోవడం చాలా ముఖ్యం.

మీ వ్యాపార లక్ష్యాలు మరియు ఉద్దేశ్యాలు ఏమిటి?

మీ వ్యాపార లక్ష్యాలు మరియు ఉద్దేశ్యాలు మీరు మీ వ్యాపారంతో ఏమి సాధించాలనుకుంటున్నారో వివరిస్తాయి. అవి మీ వ్యాపార దృష్టికి అనుగుణంగా ఉండాలి మరియు సాధించగలిగేలా ఉండాలి.

మీ వ్యాపార లక్ష్యాలు మరియు ఉద్దేశ్యాలను ఎలా ఏర్పరచుకోవాలి?

మీ వ్యాపార లక్ష్యాలు మరియు ఉద్దేశ్యాలను ఏర్పరచుకోవడానికి కొన్ని చిట్కాలు ఇక్కడ ఉన్నాయి:

- మీ వ్యాపార దృష్టిని పరిశీలించండి. మీ వ్యాపారంతో దీర్ఘకాలికంగా ఏమి సాధించాలనుకుంటున్నారో ఆలోచించండి. మీ వ్యాపార దృష్టి మీ వ్యాపార లక్ష్యాలు మరియు ఉద్దేశ్యాలకు మార్గదర్శిగా ఉంటుంది.

- SMART లక్ష్యాలను ఏర్పరచుకోండి. మీ వ్యాపార లక్ష్యాలు SMART (నిర్దిష్టమైన, కొలవగలిగే, సాధించగలిగే, సంబంధితమైన మరియు సమయబద్ధమైన) అని నిర్ధారించుకోండి.

- మీ లక్ష్యాలను విచ్ఛిన్నం చేయండి. మీ పెద్ద లక్ష్యాలను చిన్న, మరింత సాధించగలిగే లక్ష్యాలుగా విభజించండి. ఇది మీ లక్ష్యాలను సాధించడానికి మీకు సహాయపడుతుంది.

- మీ లక్ష్యాలను వ్రాసి ఉంచండి. మీ లక్ష్యాలను వ్రాసి ఉంచడం వల్ల మీరు వాటిని దృష్టిలో ఉంచుకునేలా చేస్తుంది మరియు మీ పురోగతిని ట్రాక్ చేయడానికి మీకు సహాయపడుతుంది.

మీ వ్యాపార లక్ష్యాలు మరియు ఉద్దేశ్యాలను ఎలా సాధించాలి?

మీ వ్యాపార లక్ష్యాలు మరియు ఉద్దేశ్యాలను సాధించడానికి కొన్ని చిట్కాలు ఇక్కడ ఉన్నాయి:

- మీ లక్ష్యాలను ఒక ప్రణాళికతో అనుసంధానించండి. మీ లక్ష్యాలను ఎలా సాధించాలనే దానికి మీకు ఒక ప్రణాళిక ఉండాలి. ఈ ప్రణాళికలో మీరు తీసుకోవలసిన చర్యలు మరియు అంచనా సమయం ఉండాలి.

- మీ పురోగతిని ట్రాక్ చేయండి. మీ పురోగతిని ట్రాక్ చేయడం వల్ల మీరు మీ లక్ష్యాలను సాధిస్తున్నారో లేదో తెలుసుకోవడానికి సహాయపడుతుంది.

వ్యాపారానికి సరైన వ్యాపార వ్యూహాన్ని ఎంచుకోవడం

మీ వ్యాపారానికి సరైన వ్యాపార వ్యూహాన్ని ఎంచుకోవడం అనేది మీ వ్యాపారం విజయవంతం కావాలంటే చాలా ముఖ్యమైనది. మీ వ్యాపార లక్ష్యాలను, సామర్థ్యాలను మరియు పరిమితులను అర్థం చేసుకున్న తర్వాత మీరు వ్యాపార వ్యూహాన్ని ఎంచుకోవాలి.

మీ వ్యాపారానికి సరైన వ్యాపార వ్యూహాన్ని ఎంచుకోవడంలో మీకు సహాయపడే కొన్ని చిట్కాలు ఇక్కడ ఉన్నాయి:

- మీ వ్యాపార లక్ష్యాలను నిర్వచించండి. మీరు ఏమి సాధించాలనుకుంటున్నారు? మీ వ్యాపారాన్ని ఎక్కడికి తీసుకెళ్లాలనుకుంటున్నారు? మీరు మీ లక్ష్యాలను తెలుసుకున్న తర్వాత, వాటిని సాధించడంలో మీకు సహాయపడే వ్యాపార వ్యూహాన్ని ఎంచుకోవచ్చు.

- మీ వ్యాపార సామర్థ్యాలను మరియు పరిమితులను అర్థం చేసుకోండి. మీకు ఏ బలాలు మరియు బలహీనతలు ఉన్నాయి? మీ వ్యాపారంలో మీరు ఎక్కువగా ఎక్కడ దృష్టి పెట్టాలి? మీ సామర్థ్యాలను మరియు పరిమితులను అర్థం చేసుకున్న తర్వాత, మీ బలాలను పెంపొందించుకోవడానికి మరియు మీ బలహీనతలను తగ్గించడానికి మీ వ్యాపార వ్యూహాన్ని ఉపయోగించవచ్చు.

- మీ పోటీని అర్థం చేసుకోండి. మీ పోటీ ఎవరు? వారు ఏమి చేస్తున్నారు? వారి బలాలు మరియు బలహీనతలు ఏమిటి? మీ పోటీని అర్థం చేసుకున్న తర్వాత, మీ వ్యాపారాన్ని వారి నుండి వేరుచేసేది ఏమిటో మరియు మీకు ఎలా ప్రత్యేకంగా ఉండగలరో మీరు గుర్తించవచ్చు.

- మీ మార్కెట్‌ను అర్థం చేసుకోండి. మీరు ఎవరికి అమ్ముతున్నారు? మీ కస్టమర్ల అవసరాలు మరియు కోరికలు ఏమిటి? మీ మార్కెట్‌ను అర్థం చేసుకున్న తర్వాత, మీ కస్టమర్లకు విలువను అందించే వ్యాపార వ్యూహాన్ని అభివృద్ధి చేయవచ్చు.

- మీ వ్యాపార వ్యూహాన్ని రూపొందించండి. మీ వ్యాపార లక్ష్యాలు, సామర్థ్యాలు, పరిమితులు, పోటీ మరియు మార్కెట్‌ను అర్థం చేసుకున్న తర్వాత, మీ వ్యాపార వ్యూహాన్ని రూపొందించడం ప్రారంభించవచ్చు. మీ వ్యాపార వ్యూహంలో మీరు ఏమి సాధించాలనుకుంటున్నారు, ఎలా సాధించాలనుకుంటున్నారు మరియు ఎప్పుడు సాధించాలనుకుంటున్నారో వెల్లడించాలి.

- మీ వ్యాపార వ్యూహాన్ని అమలు చేయండి. మీ వ్యాపార వ్యూహాన్ని రూపొందించిన తర్వాత, మీరు దానిని అమలు చేయడం ప్రారంభించాలి.

వ్యాపార నమూనాను సృష్టించడం

వ్యాపార నమూనా అనేది వ్యాపారం ఎలా పనిచేస్తుందో మరియు ఎలా లాభాలను గడిస్తుందో వివరించే ఒక ప్రణాళిక. ఇది వ్యాపారం యొక్క విలువ ప్రతిపాదన, కస్టమర్ విభాగాలు, పంపిణీ ఛానెళ్లు, కస్టమర్ సంబంధాలు, ఆదాయ మార్గాలు, కీలక వనరులు, కీలక కార్యకలాపాలు మరియు కీలక భాగస్వాములను కలిగి ఉంటుంది.

వ్యాపార నమూనాను సృష్టించడం వ్యాపారం యొక్క విజయానికి చాలా ముఖ్యమైనది. ఇది వ్యాపారం యొక్క దిశను నిర్దేశిస్తుంది మరియు దాని వ్యూహాన్ని రూపొందించడానికి సహాయపడుతుంది. ఇది వ్యాపారం యొక్క లాభదాయకతను అంచనా వేయడానికి మరియు దాని పెట్టుబడిదారులకు విలువను సృష్టించడానికి కూడా సహాయపడుతుంది.

వ్యాపార నమూనాను సృష్టించడానికి దశలు

1. వ్యాపారం యొక్క విలువ ప్రతిపాదనను నిర్వచించండి. వ్యాపారం యొక్క విలువ ప్రతిపాదన అనేది కస్టమర్‌లకు అందించే ప్రయోజనాలను వివరిస్తుంది. ఇది వ్యాపారం యొక్క ఉత్పత్తులు లేదా సేవలను ఏకైకంగా చేసేది ఏమిటో మరియు కస్టమర్‌లు ఎందుకు వాటిని ఎంచుకోవాలి అనే దానిని వివరిస్తుంది.

2. కస్టమర్ విభాగాలను గుర్తించండి. కస్టమర్ విభాగాలు అనేవి వ్యాపారం యొక్క ఉత్పత్తులు లేదా సేవలకు వివిధ రకాల కస్టమర్‌లు. వ్యాపారం తన ఉత్పత్తులు లేదా సేవలను విక్రయించాలనుకుంటున్న వివిధ రకాల కస్టమర్‌లను గుర్తించడం ముఖ్యం.

3. పంపిణీ ఛానెళ్లను ఎంచుకోండి. పంపిణీ ఛానెళ్లు అనేవి వ్యాపారం తన ఉత్పత్తులు లేదా సేవలను కస్టమర్‌లకు అందించే మార్గాలు. వ్యాపారం తన ఉత్పత్తులు లేదా సేవలను ఎలా విక్రయించాలనుకుంటుందో నిర్ణయించుకోవాలి. ఉదాహరణకు, వ్యాపారం తన ఉత్పత్తులు లేదా సేవలను తన స్వంత వెబ్‌సైట్‌లో, ఇతర వెబ్‌సైట్‌లలో లేదా brick-and-mortar స్టోర్‌లలో విక్రయించవచ్చు.

4. కస్టమర్ సంబంధాలను నిర్మించండి. కస్టమర్ సంబంధాలు వ్యాపారం తన కస్టమర్‌లతో ఏర్పరచే సంబంధాలు. వ్యాపారం తన కస్టమర్‌లతో మంచి సంబంధాలను ఏర్పరచుకోవడం ముఖ్యం, తద్వారా వారు తిరిగి వచ్చి మరింత కొనుగోలు చేస్తారు.

5. ఆదాయ మార్గాలను గుర్తించండి. ఆదాయ మార్గాలు వ్యాపారం ఎలా డబ్బు గడిస్తుందో చూపించే మార్గాలు.

Chapter 4: Implementing and Executing Your Business Strategy

Chapter 4: మీ వ్యాపార వ్యూహాన్ని అమలు చేయడం మరియు కార్యనిర్వహించడం

వ్యాపార వ్యూహాన్ని అమలు చేయడం

మీ వ్యాపార వ్యూహం మీ వ్యాపారం యొక్క అంతిమ లక్ష్యాలను సాధించడానికి మీరు తీసుకునే మార్గసూచి. ఇది మీ వ్యాపారం ఎక్కడ ఉందో, అది ఎక్కడికి వెళ్లాలనుకుంటున్నారో మరియు దానిని ఎలా సాధించాలనుకుంటున్నారో అనే దానిపై స్పష్టమైన అవగాహనను అందిస్తుంది. మీ వ్యాపార వ్యూహాన్ని విజయవంతంగా అమలు చేయడానికి, మీరు దానిని కార్యాచరణ ప్రణాళికగా మార్చాలి.

కార్యాచరణ ప్రణాళిక అనేది మీ వ్యాపార వ్యూహాన్ని సాధించడానికి మీరు తీసుకోవలసిన నిర్దిష్ట చర్యలను వివరించే ఒక పత్రం. ఇది మీరు సాధించాలనుకుంటున్న లక్ష్యాలు, వాటిని సాధించడానికి మీరు తీసుకునే దశలు మరియు మీరు ఎప్పుడు వాటిని సాధిస్తారో అంచనా వేయాలి.

మీ వ్యాపార వ్యూహాన్ని కార్యాచరణ ప్రణాళికగా మార్చడానికి, మీరు ఈ క్రింది దశలను అనుసరించవచ్చు:

1. మీ వ్యాపార వ్యూహాన్ని సమీక్షించండి. మీ వ్యాపార వ్యూహాన్ని పునర్విమర్శించి, అది ఇప్పటికీ మీ వ్యాపారం యొక్క అంతిమ లక్ష్యాలతో సమలేఖనంలో ఉందని

నిర్ధారించుకోండి. మీ వ్యాపారం మార్పులు చెందిందా లేదా పరిశ్రమలో మార్పులు వచ్చాయా అని పరిశీలించండి. అవసరమైతే, మీ వ్యాపార వ్యూహాన్ని అప్డేట్ చేయండి.

2. మీ లక్ష్యాలను నిర్వచించండి. మీ వ్యాపార వ్యూహాన్ని సాధించడానికి మీరు సాధించవలసిన నిర్దిష్ట లక్ష్యాలను నిర్వచించండి. మీ లక్ష్యాలు SMART (నిర్దిష్ట, కొలవగలిగిన, సాధించగలిగిన, సంబంధిత మరియు సమయబద్ధంగా) అని నిర్ధారించుకోండి.

3. ప్రతి లక్ష్యానికి కార్యాచరణ దశలను అభివృద్ధి చేయండి. ప్రతి లక్ష్యాన్ని సాధించడానికి మీరు తీసుకోవలసిన నిర్దిష్ట చర్యలను అభివృద్ధి చేయండి. ఈ చర్యలు స్పష్టంగా నిర్వచించబడి, కాలక్రమంలో ఉండాలి.

4. ప్రతి కార్యాచరణ దశకు బాధ్యతాయుత వ్యక్తులను నియమించండి. ప్రతి కార్యాచరణ దశను పూర్తి చేయడానికి బాధ్యత వహించే వ్యక్తులను నియమించండి. ఈ వ్యక్తులు వారికి అవసరమైన అన్ని వనరులు మరియు అధికారం కలిగి ఉన్నారని నిర్ధారించుకోండి.

5. మీ కార్యాచరణ ప్రణాళికను అమలు చేయండి మరియు పర్యవేక్షించండి. మీ కార్యాచరణ ప్రణాళికను అమలు చేయండి మరియు దాని పురోగతిని పర్యవేక్షించండి. మీ లక్ష్యాలను సాధించడంలో మీరు ట్రాక్‌లో ఉన్నారని నిర్ధారించుకోండి. అవసరమైతే, మీ కార్యాచరణ ప్రణాళికలో మార్పులు చేయండి.

మానిటరింగ్ మరియు మీ ఫలితాలను అంచనా వేయడం

మానిటరింగ్ మరియు మీ ఫలితాలను అంచనా వేయడం అనేది మీరు మీ లక్ష్యాలను సాధిస్తున్నారో లేదో తెలుసుకోవడానికి మరియు అవసరమైతే సర్దుబాట్లు చేయడానికి మిమ్మల్ని అనుమతించే ఒక ప్రక్రియ. ఇది మీ ప్రోగ్రామ్‌లు, సేవలు మరియు కార్యకలాపాల యొక్క ప్రభావాన్ని కొలవడానికి మరియు నివేదించడానికి కూడా ఉపయోగించబడుతుంది.

మానిటరింగ్ మరియు అంచనా అనేవి విభిన్న పద్ధతులు మరియు సాధనాలను ఉపయోగించి నిర్వహించబడతాయి. Аиболее సాధారణ పద్ధతులు కిందివి:

- డేటా సేకరణ మరియు విశ్లేషణ: ఇది సర్వేలు, ఇంటర్వ్యూలు, ఫోకస్ గ్రూపులు, పరిశీలనలు మరియు రికార్డు సమీక్ష వంటి పద్ధతులను ఉపయోగించి డేటాను సేకరించడం మరియు విశ్లేషించడం.
- పనితీరు సూచికలు (పీఐలు): ఇవి మీ ప్రోగ్రామ్‌లు, సేవలు మరియు కార్యకలాపాల ప్రభావాన్ని కొలవడానికి ఉపయోగించే కొలతలు.
- నాణ్యత నియంత్రణ: ఇది మీ ప్రోగ్రామ్‌లు, సేవలు మరియు కార్యకలాపాల నాణ్యతను నిర్ధారించడానికి మరియు మెరుగుపరచడానికి ఒక ప్రక్రియ.
- అంచనా: ఇది మీ ప్రోగ్రామ్‌లు, సేవలు మరియు కార్యకలాపాల ప్రభావాన్ని అంచనా వేయడం మరియు నివేదించడం.

మానిటరింగ్ మరియు అంచనా ప్రక్రియ యొక్క ప్రధాన దశలు కిందివి:

1. లక్ష్యాలను గుర్తించడం: మీరు ఏమి సాధించాలనుకుంటున్నారో మరియు మీ ప్రోగ్రామ్లు, సేవలు మరియు కార్యకలాపాలు ఎలాంటి ప్రభావాన్ని చూపించాలని అనుకుంటున్నారో స్పష్టంగా నిర్వచించండి.

2. పనితీరు సూచికలను అభివృద్ధి చేయడం: మీ లక్ష్యాలను కొలవడానికి ఉపయోగించే పనితీరు సూచికలను (పీఐలు) అభివృద్ధి చేయండి. PIలు నిర్దిష్ట, కొలత, సాధించదగిన, సంబంధిత మరియు సమయ-బద్ధంగా ఉండాలి.

3. డేటా సేకరించడం: మీ PIలను కొలవడానికి అవసరమైన డేటాను సేకరించండి. డేటా సేకరణ పద్ధతులు మీరు కొలిచే PIలపై ఆధారపడి ఉంటాయి.

4. డేటా విశ్లేషణ: మీరు సేకరించిన డేటాను విశ్లేషించండి మరియు మీ ప్రోగ్రామ్లు, సేవలు మరియు కార్యకలాపాల ప్రభావాన్ని అంచనా వేయండి.

5. నివేదన మరియు చర్యలు తీసుకోవడం: మీ ఫలితాలను నివేదించండి మరియు అవసరమైతే సర్దుబాట్లు చేయండి.

మీ వ్యూహంలో అవసరమైన మార్పులు చేయడం

జీవితంలో విజయం సాధించడానికి, మనం మన వ్యూహంలో అవసరమైన మార్పులు చేయడానికి సిద్ధంగా ఉండాలి. మన చుట్టూ ఉన్న ప్రపంచం నిరంతరం మారుతున్నందున, మన వ్యూహం కూడా మారాలి. మన వ్యూహంలో మార్పులు చేయడం సులభం కాకపోవచ్చు, కానీ ఇది చాలా ముఖ్యమైనది.

మీ వ్యూహంలో అవసరమైన మార్పులు చేయడానికి కొన్ని చిట్కాలు ఇక్కడ ఉన్నాయి:

- మీ లక్ష్యాలను పునర్విమర్శించండి. మీరు మీ లక్ష్యాలను ఇంకా సాధించలేకపోతే, మీ లక్ష్యాలు సాధించగలిగేలా మీ వ్యూహాన్ని మార్చాల్సిన అవసరం ఉంది.

- మీ ప్రస్తుత పరిస్థితిని అంచనా వేయండి. మీ ప్రస్తుత పరిస్థితిని మీరు అర్థం చేసుకుంటే, మీకు అవసరమైన మార్పులను చేయడం సులభం అవుతుంది.

- మీ అవకాశాలు మరియు బెదిరింపులను గుర్తించండి. మీ అవకాశాలు మరియు బెదిరింపులను మీరు గుర్తించగలిగితే, వాటిని మీ వ్యూహంలోకి చేర్చవచ్చు.

- మీ బలాలు మరియు బలహీనతలను అంచనా వేయండి. మీ బలాలు మరియు బలహీనతలను మీరు అర్థం చేసుకుంటే, మీ వ్యూహాన్ని మీ బలాలపై ఆధారపడి రూపొందించవచ్చు మరియు మీ బలహీనతలను అధిగమించవచ్చు.

- మీ వ్యూహాన్ని అమలు చేయండి మరియు పర్యవేక్షించండి. మీరు మీ వ్యూహాన్ని అమలు చేసిన

తర్వాత, దాన్ని నిరంతరం పర్యవేక్షించండి మరియు అవసరమైన మార్పులు చేయండి.

మీ వ్యూహంలో మార్పులు చేయడం సులభం కాకపోవచ్చు, కానీ ఇది చాలా ముఖ్యమైనది. మీ వ్యూహంలో మార్పులు చేయడానికి మీరు సిద్ధంగా ఉంటే, మీ లక్ష్యాలను సాధించే అవకాశాలు ఎక్కువగా ఉంటాయి.

ఇక్కడ కొన్ని ఉదాహరణలు ఉన్నాయి, మీరు మీ వ్యూహంలో ఎలా మార్పులు చేయవచ్చు:

- మీరు మీ ఉద్యోగంలో సంతోషంగా లేకపోతే, మీరు మీ వృత్తిని మార్చవచ్చు లేదా మీ ప్రస్తుత ఉద్యోగంలో కొంత కదలిక కోసం చూడవచ్చు.

- మీరు మీ ఆర్థిక లక్ష్యాలను సాధించలేకపోతే, మీ ఖర్చులను తగ్గించుకోవచ్చు లేదా మీ ఆదాయాన్ని పెంచుకోవచ్చు.

- మీరు మీ ఆరోగ్యాన్ని మెరుగుపరచాలనుకుంటే, మీరు మీ ఆహారపు అలవాట్లను మార్చవచ్చు లేదా వ్యాయామం ప్రారంభించవచ్చు.

మీ వ్యూహంలో అవసరమైన మార్పులు చేయడం

జీవితంలో విజయం సాధించడానికి, మనం మన వ్యూహంలో అవసరమైన మార్పులు చేయడానికి సిద్ధంగా ఉండాలి. మన చుట్టూ ఉన్న ప్రపంచం నిరంతరం మారుతున్నందున, మన వ్యూహం కూడా మారాలి. మన వ్యూహంలో మార్పులు చేయడం సులభం కాకపోవచ్చు, కానీ ఇది చాలా ముఖ్యమైనది.

మీ వ్యూహంలో అవసరమైన మార్పులు చేయడానికి కొన్ని చిట్కాలు ఇక్కడ ఉన్నాయి:

- మీ లక్ష్యాలను పునర్విమర్శించండి. మీరు మీ లక్ష్యాలను ఇంకా సాధించలేకపోతే, మీ లక్ష్యాలు సాధించగలిగేలా మీ వ్యూహాన్ని మార్చాల్సిన అవసరం ఉంది.

- మీ ప్రస్తుత పరిస్థితిని అంచనా వేయండి. మీ ప్రస్తుత పరిస్థితిని మీరు అర్థం చేసుకుంటే, మీకు అవసరమైన మార్పులను చేయడం సులభం అవుతుంది.

- మీ అవకాశాలు మరియు బెదిరింపులను గుర్తించండి. మీ అవకాశాలు మరియు బెదిరింపులను మీరు గుర్తించగలిగితే, వాటిని మీ వ్యూహంలోకి చేర్చవచ్చు.

- మీ బలాలు మరియు బలహీనతలను అంచనా వేయండి. మీ బలాలు మరియు బలహీనతలను మీరు అర్థం చేసుకుంటే, మీ వ్యూహాన్ని మీ బలాలపై ఆధారపడి రూపొందించవచ్చు మరియు మీ బలహీనతలను అధిగమించవచ్చు.

- మీ వ్యూహాన్ని అమలు చేయండి మరియు పర్యవేక్షించండి. మీరు మీ వ్యూహాన్ని అమలు చేసిన

తర్వాత, దాన్ని నిరంతరం పర్యవేక్షించండి మరియు అవసరమైన మార్పులు చేయండి.

మీ వ్యూహంలో మార్పులు చేయడం సులభం కాకపోవచ్చు, కానీ ఇది చాలా ముఖ్యమైనది. మీ వ్యూహంలో మార్పులు చేయడానికి మీరు సిద్ధంగా ఉంటే, మీ లక్ష్యాలను సాధించే అవకాశాలు ఎక్కువగా ఉంటాయి.

ఇక్కడ కొన్ని ఉదాహరణలు ఉన్నాయి, మీరు మీ వ్యూహంలో ఎలా మార్పులు చేయవచ్చు:

- మీరు మీ ఉద్యోగంలో సంతోషంగా లేకపోతే, మీరు మీ వృత్తిని మార్చవచ్చు లేదా మీ ప్రస్తుత ఉద్యోగంలో కొంత కదలిక కోసం చూడవచ్చు.
- మీరు మీ ఆర్థిక లక్ష్యాలను సాధించలేకపోతే, మీ ఖర్చులను తగ్గించుకోవచ్చు లేదా మీ ఆదాయాన్ని పెంచుకోవచ్చు.
- మీరు మీ ఆరోగ్యాన్ని మెరుగుపరచాలనుకుంటే, మీరు మీ ఆహారపు అలవాట్లను మార్చవచ్చు లేదా వ్యాయామం ప్రారంభించవచ్చు.

Chapter 5: Sustaining Your Competitive Advantage

Chapter 5: మీ పోటీ ప్రయోజనాన్ని నిలబెట్టుకోవడం

బ్రాండ్ అంటే ఏమిటి?

బ్రాండ్ అంటే మీ కంపెనీ, ఉత్పత్తి లేదా సేవను వినియోగదారుల మనస్సులో ఉన్న ప్రత్యేక స్థానం. ఇది మీ కంపెనీని పోటీదారుల నుండి వేరుచేస్తుంది మరియు మీ వినియోగదారులు మీ ఉత్పత్తులు లేదా సేవలను ఎంచుకోవడానికి కారణాన్ని అందిస్తుంది. బ్రాండ్‌ను బలంగా నిర్మించడం వల్ల మీ కంపెనీకి క్రింది ప్రయోజనాలు కలుగుతాయి:

- వినియోగదారుల నమ్మకాన్ని పెంచండి
- అధిక విలువలను కొనుగోలు చేయడానికి వినియోగదారులను సుముఖత చూపండి
- కొత్త ఉత్పత్తులు మరియు సేవలను ప్రవేశపెట్టడం సులభం
- పోటీ నుండి వేరుచేయండి
- మార్కెటింగ్ ఖర్చులను తగ్గించండి

బలమైన బ్రాండ్‌ను నిర్మించడానికి చిట్కాలు

1. మీ బ్రాండ్‌కు స్పష్టమైన విలువలు మరియు దృష్టిని అభివృద్ధి చేయండి.

మీ బ్రాండ్ ఏమిటి, దానికోసం ఏమి నిలబడుతుంది? మీ వినియోగదారులకు ఏమి అందించాలని మీరు

కోరుకుంటున్నారు? మీకు స్పష్టమైన విలువలు మరియు దృష్టి ఉంటేనే, మీ బ్రాండ్‌ను నిర్మించడం ప్రారంభించవచ్చు.

2. మీ బ్రాండ్‌కు బలమైన గుర్తింపును సృష్టించండి.

మీ బ్రాండ్‌ను వేరుచేసేది ఏమిటి? మీ కంపెనీ పేరు, లోగో, ట్యాగ్‌లైన్ మరియు ఇతర గుర్తింపు అంశాలు మీ బ్రాండ్‌ను ప్రతిబింబించాలి మరియు వినియోగదారుల మనస్సులో నిలిచిపోవాలి.

3. మీ బ్రాండ్‌కు క్రమంగా కట్టుబడి ఉండండి.

బలమైన బ్రాండ్‌ను నిర్మించడానికి సమయం మరియు కృషి అవసరం. మీ బ్రాండ్‌కు క్రమంగా కట్టుబడి ఉండండి మరియు మీ వినియోగదారులతో నిరంతరం కమ్యూనికేట్ చేయండి.

4. మీ వినియోగదారులకు అసాధారణ అనుభవాలను అందించండి.

మీ వినియోగదారులు మీ బ్రాండ్‌తో ప్రతిసారీ సానుకూల అనుభవాలను కలిగి ఉండేలా చూసుకోండి. మీరు వారికి అధిక-నాణ్యత ఉత్పత్తులు లేదా సేవలను అందించాలి మరియు వారి అవసరాలకు మరియు కోరికలకు మీరు శ్రద్ధ వహిస్తున్నారని వారికి అనిపించాలి.

5. మీ బ్రాండ్‌ను ప్రోమోట్ చేయండి మరియు మార్కెట్ చేయండి.

మీ బ్రాండ్ గురించి ప్రజలకు తెలియజేయడానికి మీరు మార్కెటింగ్ మరియు ప్రచార కార్యకలాపాలను చేయవలసి ఉంటుంది. మీ బ్రాండ్‌ను సోషల్ మీడియా, ఇమెయిల్ మార్కెటింగ్, ప్రకటనలు మరియు ఇతర మార్కెటింగ్ చానెళ్లలో ప్రోమోట్ చేయండి.

గ్రాహక సంతృప్తిని అధిక స్థాయిలో ఉంచడం

గ్రాహక సంతృప్తి అనేది ఏదైనా వ్యాపారానికి చాలా ముఖ్యమైనది. గ్రాహకులు సంతృప్తిగా ఉంటేనే వారు మళ్లీ వచ్చి వ్యాపారం చేస్తారు మరియు ఇతరులకు కూడా సిఫార్సు చేస్తారు. గ్రాహక సంతృప్తిని అధిక స్థాయిలో ఉంచడానికి, వ్యాపారాలు కొన్ని ముఖ్యమైన విషయాలపై దృష్టి పెట్టాలి.

1. గ్రాహకుల అవసరాలు మరియు కోరికలను అర్థం చేసుకోండి

గ్రాహకులు ఏమి కోరుకుంటున్నారో తెలుసుకోవడానికి, వ్యాపారాలు తమ గ్రాహకుల అవసరాలను మరియు కోరికలను అర్థం చేసుకోవడానికి కృషి చేయాలి. ఇది వినియోగదారుల సర్వేలు, ఫోకస్ గ్రూపులు మరియు సోషల్ మీడియా మానిటరింగ్ ద్వారా చేయవచ్చు. గ్రాహకుల అవసరాలను మరియు కోరికలను అర్థం చేసుకున్న తర్వాత, వ్యాపారాలు వాటిని తీర్చడానికి తమ ఉత్పత్తులు మరియు సేవలను రూపొందించవచ్చు.

2. గ్రాహకులకు సులభంగా మరియు సౌకర్యవంతమైన అనుభవాలను అందించండి

గ్రాహకులకు సులభంగా మరియు సౌకర్యవంతమైన అనుభవాలను అందించడం గ్రాహక సంతృప్తిని పెంచడానికి మరొక ముఖ్యమైన అంశం. ఇది వెబ్‌సైట్లు మరియు యాప్‌లను ఉపయోగించడం సులభం చేయడం, వేగవంతమైన మరియు సురక్షిత చెల్లింపు పద్ధతులను అందించడం మరియు అనుకూలమైన రిటర్న్ మరియు రీఫండ్ విధానాలను కలిగి ఉండటం వంటి వాటిని కలిగి ఉంటుంది.

3. అధిక నాణ్యత గల ఉత్పత్తులు మరియు సేవలను అందించండి

గ్రాహకులు తమకు అందించే ఉత్పత్తులు మరియు సేవలకు సంతృప్తిగా ఉండాలి. ఇందుకోసం వ్యాపారాలు అధిక నాణ్యత గల ఉత్పత్తులు మరియు సేవలను అందించడానికి కృషి చేయాలి. ఇది క్రమంగా నాణ్యతను నిర్వహించడానికి మరియు మెరుగుపరచడానికి నాణ్యత నియంత్రణ ప్రక్రియలను ఉపయోగించడం, అలాగే గ్రాహకుల నుండి వచ్చే ఫీడ్‌బ్యాక్‌కు ప్రతిస్పందించడం మరియు సమస్యలను త్వరగా పరిష్కరించడం వంటి వాటిని కలిగి ఉంటుంది.

4. గ్రాహకులకు అద్భుతమైన కస్టమర్ సేవను అందించండి

గ్రాహకులకు అద్భుతమైన కస్టమర్ సేవను అందించడం గ్రాహక సంతృప్తిని పెంచడంలో కీలక పాత్ర పోషిస్తుంది.

నిరంతరం నవీకరించడం మరియు మీ ఉత్పత్తులు లేదా సేవలను మెరుగుపరచడం

నిరంతరం నవీకరించడం మరియు మీ ఉత్పత్తులు లేదా సేవలను మెరుగుపరచడం అనేది మీ కస్టమర్లకు ఉత్తమమైన అనుభవాన్ని అందించడానికి మరియు మార్కెట్లో పోటీగా ఉండటానికి చాలా ముఖ్యమైనది. ఇది మీ కస్టమర్ల అవసరాలను నిరంతరం అర్థం చేసుకోవడం, కొత్త సాంకేతిక పరిజ్ఞానాలను అవలంబించడం మరియు మీ ఉత్పత్తులు మరియు సేవలను పరీక్షించడం మరియు పెంచడం వంటి కార్యకలాపాలను కలిగి ఉంటుంది.

నిరంతరం నవీకరించడం మరియు మీ ఉత్పత్తులు లేదా సేవలను మెరుగుపరచడానికి కొన్ని చిట్కాలు:

- మీ కస్టమర్లను అర్థం చేసుకోండి: మీ కస్టమర్లు ఎవరు? వారి అవసరాలు మరియు కోరికలు ఏమిటి? వారు మీ ఉత్పత్తులు లేదా సేవలను ఎలా ఉపయోగిస్తున్నారు? ఈ ప్రశ్నలకు సమాధానాలు తెలుసుకోవడం మీరు మీ ఉత్పత్తులు మరియు సేవలను మెరుగుపరచడానికి అవసరమైన సమాచారాన్ని అందిస్తుంది.

- కొత్త సాంకేతిక పరిజ్ఞానాలను అవలంబించండి: కొత్త సాంకేతిక పరిజ్ఞానాలు మీ ఉత్పత్తులు మరియు సేవలను మెరుగుపరచడంలో మరియు మీ కస్టమర్లకు మెరుగైన అనుభవాన్ని అందించడంలో మీకు సహాయపడగలవు. ఉదాహరణకు, కొత్త క్లౌడ్ కంప్యూటింగ్ సాంకేతిక పరిజ్ఞానాలు మీరు మీ సేవలను మరింత స్కేలబుల్ మరియు సరసంగా చేయడానికి సహాయపడగలవు.

- మీ ఉత్పత్తులు మరియు సేవలను పరీక్షించండి మరియు పెంచండి: మీ ఉత్పత్తులు మరియు సేవలను విడుదల చేసిన తర్వాత, వాటిని పరీక్షించడం మరియు అవసరమైతే సర్దుబాట్లు చేయడం చాలా ముఖ్యం. ఇది మీ కస్టమర్ల నుండి అభిప్రాయాన్ని సేకరించడం, బగ్‌లను పరిష్కరించడం మరియు కొత్త ఫీచర్లను జోడించడం వంటి కార్యకలాపాలను కలిగి ఉంటుంది.

నిరంతరం నవీకరించడం మరియు మీ ఉత్పత్తులు లేదా సేవలను మెరుగుపరచడం అనేది సవాలుగా ఉండవచ్చు, కానీ ఇది మీ వ్యాపారానికి విజయం సాధించడానికి చాలా ముఖ్యమైనది. మీ కస్టమర్ల అవసరాలను నిరంతరం అర్థం చేసుకోవడం, కొత్త సాంకేతిక పరిజ్ఞానాలను అవలంబించడం మరియు మీ ఉత్పత్తులు మరియు సేవలను పరీక్షించడం మరియు పెంచడం ద్వారా మీరు మీ కస్టమర్లకు ఉత్తమమైన అనుభవాన్ని అందించగలరు మరియు మార్కెట్లో పోటీగా ఉండగలరు.

www.ingramcontent.com/pod-product-compliance
Lightning Source LLC
La Vergne TN
LVHW020446080526
838202LV00055B/5355
9788119855353